When I Am Gloomy
જ્યારે હું ઉદાસ હોઉં છું

Sam Sagolski
Illustrated by Daria Smyslova

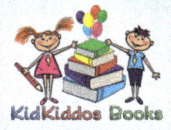

www.kidkiddos.com
Copyright ©2025 by KidKiddos Books Ltd.
support@kidkiddos.com

All rights reserved. No part of this book may be reproduced in any form or by any electronic or mechanical means, including information storage and retrieval systems, without written permission from the publisher, except in the case of a reviewer, who may quote brief passages embodied in critical articles or in a review.
First edition, 2025

Translated from English by Dhara Vyas
ધરા વ્યાસ દ્વારા અંગ્રેજીમાંથી અનુવાદિત

Library and Archives Canada Cataloguing in Publication
When I Am Gloomy (English Gujarati Bilingual edition)/Shelley Admont
ISBN: 978-1-0497-0719-8 paperback
ISBN: 978-1-0497-0720-4 hardcover
ISBN: 978-1-0497-0721-1 eBook

Please note that the English and Gujarati versions of the story have been written to be as close as possible. However, in some cases they differ in order to accommodate nuances and fluidity of each language.

One cloudy morning, I woke up feeling gloomy.

એક સવારે આકાશ વાદળોથી છવાયેલું હતું અને હું ઉદાસ મનથી જાગી.

I got out of bed, wrapped myself in my favorite blanket, and walked into the living room.

હું પથારીમાંથી ઊઠી, મારો પ્રિય ધાબળો ઓઢ્યો અને બેઠક રૂમમાં ગઈ.

"Mommy!" I called. "I'm in a bad mood."

"મમ્મી!" મેં કહ્યું. "મારો મૂડ ખરાબ છે."

Mom looked up from her book. "Bad? Why do you say that, darling?" she asked.

મમ્મીએ તેના પુસ્તકમાંથી ઉપર જોયું. "ખરાબ છે? તું આવું કેમ કહે છે, બેટા?" તેણે પૂછ્યું.

"Look at my face!" I said, pointing to my furrowed brows. Mom smiled gently.

"મારો ચહેરો જો!" મેં મારી સંકોચાયેલી ભ્રમર તરફ ઈશારો કરીને કહ્યું. મમ્મી હળવેથી હસી.

"I don't have a happy face today," I mumbled. "Do you still love me when I'm gloomy?"

"આજે મારા ચહેરા પર ખુશી નથી," મેં ધીરેથી કહ્યું. "શું તું મને ત્યારે પણ પ્રેમ કરે છે જયારે હું ઉદાસ હોઉં છું?"

"Of course I do," Mom said. "When you're gloomy, I want to be close to you, give you a big hug, and cheer you up."

"બિલકુલ કરું છું," મમ્મીએ કહ્યું. "જ્યારે તું ઉદાસ હોય છે, ત્યારે હું તારી પાસે રહેવા માગું છું, તને ગળે લગાવવા માગું છું અને તને હસાવવા માગું છું."

That made me feel a little better, but only for a second, because then I started thinking about all my other moods.

તેનાથી મને થોડું સારું લાગ્યું, પણ માત્ર એક સેકન્ડ માટે, કારણ કે પછી હું મારા બીજા બધા મૂડ વિશે વિચારવા લાગી.

"So… do you still love me when I'm angry?"
"તો… શું તું મને ત્યારે પણ પ્રેમ કરે છે જ્યારે હું ગુસ્સામાં હોઉં છું?"

Mom smiled again. "Of course I do!"
મમ્મીએ ફરીથી સ્મિત કર્યું. "બિલકુલ કરું છું!"

"Are you sure?"
I asked, crossing my arms.
"શું તને ખાતરી છે?"
મેં મારા હાથથી અદબ વાળતા પૂછ્યું.

"Even when you're mad, I'm still your mom. And I love you just the same."

"તું ગુસ્સે હોય છે, ત્યારે પણ હું તારી મમ્મી છું. અને હું તને એટલો જ પ્રેમ કરું છું."

I took a big breath. "What about when I'm shy?" I whispered.

મેં એક ઊંડો શ્વાસ લીધો. "જ્યારે હું શરમાઉં છું ત્યારે?" મેં ધીમા અવાજે કહ્યું.

"I love you when you're shy too," she said. "Remember when you hid behind me and didn't want to talk to the new neighbor?"

"જ્યારે તું શરમાય છે ત્યારે પણ હું તને પ્રેમ કરું છું," તેણે કહ્યું. "યાદ છે જ્યારે તું મારી પાછળ સંતાઈ ગઈ હતી અને નવા પડોશી સાથે વાત કરવા નહોતી માગતી?"

I nodded. I remembered it well.

મેં માથું હલાવીને હા પાડી. મને તે સારી રીતે યાદ હતું.

"And then you said hello and made a new friend. I was so proud of you."

"અને પછી તે નમસ્તે કહીને એક નવો મિત્ર બનાવ્યો. મને તારા પર ખૂબ ગર્વ થયો હતો."

"Do you still love me when I ask too many questions?" I continued.

"શું તું મને ત્યારે પણ પ્રેમ કરે છે જ્યારે હું ઘણાા બધા પ્રશ્નો પૂછું છું?" મેં આગળ પૂછ્યું.

"When you ask a lot of questions, like now, I get to watch you learn new things that make you smarter and stronger every day," Mom answered. "And yes, I still love you."

"જ્યારે તું, અત્યારની જેમ, ઘણાં બધાં પ્રશ્નો પૂછે છે, ત્યારે હું જોવું છું કે તું દરરોજ નવી-નવી વસ્તુઓ શીખી રહી છે જેનાથી તું વધુ હોશિયાર અને મજબૂત બને છે," મમ્મીએ જવાબ આપ્યો. "અને હા, હું તને ત્યારે પણ પ્રેમ કરું છું."

"What if I don't feel like talking at all?" I continued asking.

"મને વાત કરવાનું બિલકુલ મન ન હોય ત્યારે?" મેં પૂછવાનું ચાલુ રાખ્યું.

"Come here," she said. I climbed into her lap and rested my head on her shoulder.

"અહીંયા આવ," તેણે કહ્યું. હું તેના ખોળામાં ચઢી ગઈ અને તેના ખભા પર માથું મૂક્યું.

"When you don't feel like talking and just want to be quiet, you start using your imagination. I love seeing what you create," Mom answered.

"જ્યારે તને વાત કરવાનું મન નથી હોતું અને તું ફક્ત ચૂપ રહેવા માંગે છે, ત્યારે તું તારી કલ્પના શક્તિનો ઉપયોગ કરવા લાગે છે. તું કઈ નવી રચના કરે છે તે જોવાનું મને બહુ ગમે છે," મમ્મીએ જવાબ આપ્યો.

Then she whispered in my ear, "I love you when you're quiet too."

પછી તેણે મારા કાનમાં ધીરેથી કહ્યું, "જ્યારે તું ચૂપ હોય છે ત્યારે પણ હું તને પ્રેમ કરું છું."

"But do you still love me when I'm afraid?" I asked.

"પણ શું તું મને ત્યારે પણ પ્રેમ કરે છે જ્યારે હું ડરેલી હોઉં છું?" મેં પૂછ્યું.

"Always," said Mom. "When you're scared, I help you check that there are no monsters under the bed or in the closet."

"હંમેશા," મમ્મીએ કહ્યું. "જ્યારે તું ડરેલી હોય છે, ત્યારે હું તને એ જોવામાં મદદ કરુ છું કે પલંગ નીચે કે કબાટમાં કોઈ રાક્ષસ નથી."

She kissed me on the forehead. "You are so brave, my sweetheart."
તેણે મને કપાળ પર પપ્પી કરી. "તું બહુ બહાદુર છે, મારી વહાલી."

"And when you're tired," she added softly, "I cover you with your blanket, bring you your teddy bear, and sing you our special song."

"અને જ્યારે તું થાકી જાય છે," તેણે ધીમેથી કહ્યું, "ત્યારે હું તને તારો ધાબળો ઓઢાડું છું, તારું ટેડી બેર લાવી આપું છું અને તારા માટે આપણું ખાસ ગીત ગાઉં છું."

"What if I have too much energy?" I asked, jumping to my feet.

"જ્યારે મારામાં ખૂબ જ ઊર્જા હોય ત્યારે?" મેં કૂદતાં-કૂદતાં પૂછ્યું.

She laughed. "When you're full of energy, we go biking, skip rope, or run around outside together. I love doing all those things with you!"

તે હસી. "જ્યારે તું ઊર્જાથી ભરેલી હોય છે, ત્યારે આપણે સાથે મળીને સાયકલ ચલાવવા જઈએ છીએ, દોરડું કૂદીએ છીએ, અથવા બહાર દોડીએ છીએ. મને તારી સાથે આ બધું કરવું બહુ ગમે છે!"

"But do you love me when I don't want to eat broccoli?" I stuck out my tongue.

"પણ શું તું મને ત્યારે પણ પ્રેમ કરે છે જ્યારે હું બ્રોકોલી ખાવા નથી માગતી?" મેં મારી જીભ બહાર કાઢી.

Mom chuckled. "Like that time you slipped your broccoli to Max? He liked it a lot."

મમ્મી હસી પડી. "જેમકે એ વખતે જ્યારે તેં તારી બ્રોકોલી મેક્સને આપી હતી? તેને એ બહુ ભાવી હતી."

"You saw that?" I asked.
"તેં એ જોયું હતું?" મેં પૂછ્યું.

"Of course I did. And I still love you, even then."
"બિલકુલ જોયું હતું. અને છતાં હું ત્યારે પણ તને પ્રેમ કરું છું."

I thought for a moment, then asked one last question:

મેં એક ક્ષણ માટે વિચાર્યું, પછી એક છેલ્લો પ્રશ્ન પૂછ્યો:

"Mommy, if you love me when I'm gloomy or mad... do you still love me when I'm happy?"

"મમ્મી, હું ઉદાસ કે ગુસ્સે હોઉં ત્યારે તો તું મને પ્રેમ કરે છે... પણ શું તું મને ત્યારે પણ પ્રેમ કરે છે જ્યારે હું ખુશ હોઉં છું?"

"Oh, sweetheart," she said, hugging me again, "when you're happy, I'm happy too."

"ઓહ, મારી ટીકરી," તેણે મને ફરીથી ગળે લગાવતાં કહ્યું, "જ્યારે તું ખુશ હોય છે, ત્યારે હું પણ ખુશ હોઉં છું."

She kissed me on the forehead and added, "I love you when you're happy just as much as I love you when you're sad, or mad, or shy, or tired."

તેણે મારા કપાળ પર પપ્પી કરીને કહ્યું, "જ્યારે તું ખુશ હોય છે, ત્યારે પણ હું તને એટલો જ પ્રેમ કરું છું જેટલો હું તને એ સમયે કરું છું જ્યારે તું ઉદાસ, ગુસ્સે, શરમાયેલી કે થાકેલી હોય છે."

I snuggled close and smiled. "So… you love me all the time?" I asked.

હું પાસે જઈને હળવેથી હસી. "તો… શું તું મને હંમેશા પ્રેમ કરે છે?" મેં પૂછ્યું.

"All the time," she said. "Every mood, every day, I love you always."

"હંમેશા," તેણે કહ્યું. "દરેક મૂડમાં, દરરોજ, હું તને હંમેશા પ્રેમ કરું છું."

As she spoke, I started feeling something warm in my heart.

જેવું તેણે આમ કહ્યું, મને મારા હૃદયમાં હૂંફનો અનુભવ થવા લાગ્યો.

I looked outside and saw the clouds floating away. The sky was turning blue, and the sun came out.

મેં બહાર જોયું કે વાદળો ઊડીને દૂર જઈ રહ્યા હતા. આકાશ વાદળી થઈ રહ્યું હતું, અને સૂરજ બહાર આવી ગયો હતો.

It looked like it was going to be a beautiful day after all.

એવું લાગતું હતું કે આજનો દિવસ ખરેખર સુંદર રહેશે.

www.ingramcontent.com/pod-product-compliance
Lightning Source LLC
LaVergne TN
LVHW072009060526
838200LV00010B/305